அக்கினிக் குஞ்சு

பாரதி விழாவில் தலைவர் கலைஞர்

கலைஞர் மு. கருணாநிதி

Title: Akkini Kunju

Author: M. Karunanidhi

Language: Tamil

First Published on: 1985

Year of Publication: 2025

Book Format: Paperback

*Page Size: 6inch * 9inch*

Category: Essays

Subject: Political Essays

No. of pages: 36

ISBN: 978-81-996575-7-1

Published by: Nilan Publishers, Madurai, Tamilnadu, India

பொருளடக்கம்

குறிப்புகளுக்காக

இந்நூல்.....

சென்னை கிண்டியிலுள்ள இந்திய தொழில் நுட்பக் கழகத்தின் முத்தமிழ் மன்றம் மற்றும் மாணவர் தமிழ்ப் பேரவை சார்பில், *29-10-1985* அன்று நடைபெற்ற பாரதி விழாவில், தலைவர் கலைஞர் அவர்கள் ஆற்றிய பேருரையை இந்நூல் வடிவில் தலைமைக் கழகம் பெருமையோடு வெளியிடுகிறது.

அக்கினிக்குஞ்சு !

இந்திய தொழில்நுட்பக் கழகத்தின் முத்தமிழ் மன்றமும் மாணவர் தமிழ்ப்பேரவையும் இணைந்து நடத்துகின்ற பாரதி விழாவில் கலந்து கொண்டு உங்களையெல்லாம் சந்திக்கின்ற நல்ல வாய்ப்பினைப் பெற்றமைக்காக, இந்த வாய்ப்பினை வழங்கிய இரு மன்றத்தினுடைய நிர்வாகிகளுக்கும் என்னுடைய நன்றியையும் வணக்கத்தையும் தெரிவித்துக் கொள்ளுகிறேன்.

இந்த விழாவிலே கலந்துகொள்ள வேண்டுமென்று நண்பர்கள் என்னை அணுகிய போது, பாரதி விழாவில் "சிங்களத் தீவினுக்கோர் பாலம் அமைப்போம்" என்ற தலைப்பில் நீங்கள் பேசவேண்டும் என்று கேட்டார்கள்.

நான் அவர்களிடத்திலே, பாரதி அந்தக் காலத்திலே "சிங்களத்தீவினுக்கோர் பாலம் அமைப்போம்" என்று பாடிய உட்கருத்து வேறு. இன்றைக்கு - "சிங்களத்தீவினுக்கே படை அனுப்புவோம்" என்று சொல்லவேண்டிய காலகட்டத்தில் - பாலம் அமைப்போம் என்ற பாட்டுக்கு பொருள் கூறுவதிலே பயனில்லை என்று குறிப்பிட்டேன்.

ஆனால் அன்றைக்குப் பாரதி பாடியவாறு பாலம் அமைக் கப்பட்டிருக்குமேயானால் இன்று நாம் இரண்டாயிரம் மைலுக்கு அப்பால் யார் தயவையும் நாடி காத்திருக்கத் தேவையில்லை. அந்தப் பாலத்தின் வழியாகவே தமிழர் பலத்தைக்காட்டி, அங்கே நாளும் இனப்படுகொலைக்கு ஆளாகின்ற நம்முடைய இனமக்களைக் காப்பாற்றியிருக்க முடியும்.

பாரதியினுடைய ஆசை நிறைவேறவில்லை. பாலம் அமைக்கப்படவில்லை. எனவேதான் தமிழர் படும் துயரத்திற்கு எல்லையில்லை என்ற சூழ்நிலை இன்றைக்கு இலங்கைத் தீவிலே இருக்கின்றது.

அது குறித்து எனக்கு முன்னால் ஆராய்ச்சித் துறையிலே ஈடுபட்டுள்ள அன்புக்குரிய நண்பர்கள் உரையாற்றியபோது மிக விரிவாகப் பேசியிருக்கின்றார்கள். நானும் என்னுடைய பேச்சின் இறுதிப் பகுதியில் அது குறித்து சில கருத்துக்களை கூற இருக்கின்றேன்.

பாரதி விழாவில், பாரதி எந்தக் கொள்கைகள் நாட்டில் வேரூன்ற வேண்டும் என்பதற்காகப் பாடினான் என்பதையும், எந்த லட்சியங்களுக்காக பாரதி வாழ்ந்தான் என்பதையும், பாரதியினுடைய கனவுகள் இன்றைக்கு முற்றாக நிறைவேறி விட்டனவா என்பதையும் எண்ணிப் பார்த்திட வேண்டிய நிலைமையிலே தான் பாரதிக்கு விழாவினை நாம் எடுத்துக் கொண்டிருக்கின்றோம்.

விழா எடுக்கின்ற இந்த மன்றம் முத்தமிழ் மன்றம் என்ற பெயர் உடைய மன்றம். விழாவினுடைய தலைவர் அவர்கள் இந்த மன்றம் பற்றிக் குறிப்பிட்ட பொழுது இயல், இசை, கூத்து எனப்படும் முத்தமிழுக்காகப் பாடுபடுகின்ற மன்றம்; முத்தமிழைப் பரப்புகின்ற மன்றம் என்றெல்லாம் குறிப்பிட்டார்கள்.

இயல் - இசை -கூத்து

இயல், இசை, கூத்து என்று வரிசைப்படுத்தப்பட்டு, அது முத்தமிழ் என்று கூறப்படுகின்ற அந்த நிலை எப்படி மாறியிருக் கிறது என்பதை, உலகத்திலே மனிதன் தோன்றிய காலந் தொட்டு இந்நாள் வரையிலே உள்ள வரலாற்றை ஆராய்ந்து பார்க்கின்றவர்களுக்கு மிக நன்றாக விளங்கும்.

இயல், இசை, கூத்து என்று சொல்லுகின்றோம், முத்தமிழ் என்று குறிப்பிடுகின்றோம். முதலிடத்திலே இயல்

என்பதை வைக்கிறோம். இரண்டாவது இடத்திலே இசை என்பதை வைக்கிறோம். மூன்றாவது இடத்திலே கூத்து என்பதை வைக்கிறோம்.

ஆனால், உண்மை என்னவென்றால், மனிதன் தோன்றிய காலத்தில் இயல் இல்லை. மனிதன் தோன்றிய சில காலங் களுக்குப் பிறகு கூட இசை இல்லை. ஆனால் கூத்துதான் முதலிடத்தைப் பெற்றது.

தோன்றிய மனிதன் அவனுக்கென ஒரு மொழியை உருவாக்கிக் கொள்ளாத காரணத்தினால், கை ஜாடையால் தன்னுடைய உணர்வுகளை மற்றவர்களுக்கு புலப்படுத்திக் கொண்டிருந்தான். நான் அந்தக் காலத்து மனிதனைப் பற்றிச் சொல்கிறேன்.

அங்க அசைவுகளின் மூலமாக தன்னுடைய விருப்பத்தை- தன்னுடைய எண்ணத்தை மற்றவர்களுக்கு வெளிப்படுத்துகிற நிலை தொடக்க காலத்து மனித சமுதாயத்திலே இருந்தது.

அந்தக் கூத்துக்குப் பிறகு இசை. அங்க அசைவுகளுக்குப் பதிலாக சற்று தொலைவிலே இருப்பவரைப் பார்த்து 'ஓ' என்று அழைப்பதும், வலியெடுத்தால் 'ஆ' என்று அலறுவதும், இந்த நிலைமைகள் ஏற்பட்டு - அந்த "ஓ" மேலும் மேலும் நீண்டு- 'ஆ' மேலும் மேலும் நீண்டு - அந்த ஓசையே பிறகு இசையாயிற்று.

இப்படி கூத்தும் இசையும் பிறந்த பிறகுதான் அவைகளுக்குரிய 'இயல்' உருவாயிற்று.

ஆனால் அந்த இயலுக்குள்ள கெட்டிக்காரத்தனம் முதலிலே தோன்றிய கூத்தையும் இசையையும் பின்னுக்குத் தள்ளிவிட்டு முதலிடத்திலே வந்து அமர்ந்து கொண்டது.

இசை இரண்டாவது இடம் என்றாலும் பரவாயில்லை என்று அந்த இரண்டாவது இடத்தை தக்க வைத்துக் கொண்டது.

முதலிடத்திற்கு வந்த கூத்து இறுதி இடத்தை அடைந்தது. இதுதான் முத்தமிழ் - இயல் - இசை - கூத்து.

தமிழ்மொழியின் இணையற்ற சிறப்பு

தமிழ் என்று சொன்னாலே - நான் வேறு சில நிகழ்ச்சிகளிலே கூட அந்தச் சுவையை எடுத்துக் காட்டியிருக்கிறேன்.

எந்த மொழிக்குமில்லாத ஒரு சிறப்பு 'தமிழ்' என்கின்ற இந்த மொழிக்கு - அந்த மொழியைக் குறிப்பிடுகின்ற சொல்லுக்கு உண்டு.

தமிழ் என்கின்ற அந்தச் சொல்லில் மூன்று எழுத்துக்கள் ‘த’ ‘மி’ ‘ழ்’. தமிழில் எழுத்துக்களை வகைப் படுத்தும் பொழுது 'வல்லினம்' 'மெல்லினம்' 'இடையினம்' என்று மூன்றாக வகைப்படுத்துகிறார்கள்.

வல்லினம் "கசடதபற' ; அதிலே வருகின்ற 'த' தமிழ் முதல் எழுத்தாகிறது.

மெல்லினம் "ஙஞணநமன"; அதிலேவருகின்ற 'ம்' 'மி' யாகி 'தமி' என்று ஆகிறது.

இடையினம் "யரலவழள"; அதிலே வருகின்ற 'ழ' 'ழ்' ஆகி “தமிழ் என்று ஆகிறது.

ஆக இந்த மூன்று இனங்களும் வல்லினம், மெல்லினம், இடையினம் இந்த மூன்றையும் ஒருங்கே பெற்றுத் திகழுகின்ற ஒரு சொல்லாக-உலகத்திலே எந்த மொழிக்கும் இல்லாத சிறப்பாக - தமிழ்மொழி அமைந்திருக்கின்றது.

அந்தத் தமிழ்மொழியில் ஆயிரக்கணக்கான ஆண்டுகளுக்கு முன்னால் - சங்ககாலம் தொட்டு-எத்தனையோ அழகான கவிதைகள், பாக்கள், செய்யுட்கள், 'அகம்' 'புறம்' என்றெல்லாம் அடுக்கிக் கொண்டே போகக்கூடிய அளப்பரிய இலக்கியங்கள் - இவைகளெல்லாம் ஆக்கப்பட்டன.

அவர்கள் வழிநின்று, ஆனால் எளிய நடையில், அதே நேரத்தில் உணர்வுகளைத் தட்டி எழுப்பக்கூடிய அளவில் - ஒரு நாட்டினுடைய விடுதலைக்காக முரசம் ஒலிக்கின்ற முறையில் தமிழகத்திலே முதல் கவிஞனாக எழுந்தவன்தான் சுப்ரமணிய பாரதி. எனவேதான் அந்த பாரதிக்கு அவ்வளவு சிறப்பு.

பாரதியை நான் கண்டதில்லை. ஏனென்றால் நான் பிறப்பதற்கு மூன்றாண்டுகளுக்கு முன்பே அவன் மறைந்துவிட்டான். எனவே பாரதிக்கும் எனக்கும் தொடர்பு இல்லை. ஆனால் பாரதியின் கவிதைகளுக்கும் எனக்கும் நிறையத் தொடர்பு உண்டு.

எளிய நடையில் எழுதக்கூடிய எத்தனையோ தமிழ்க் கவிஞர்கள் பாரதிக்கு முன்புகூட இருந்திருக்கிறார்கள்.

ஆனால் பாரதிதான் முதன்முதலில் முற்போக்கு கொள்கைகளை - சீர்த்திருத்த எண்ணங்களை - விடுதலை ஆர்வத்தை - நாட்டுப்பற்றை, மொழிப்பற்றை மக்களுடைய உள்ளத்திலே, குறிப்பாக தமிழ் மக்களுடைய உள்ளத்திலே பதியவைக்கக் கூடிய அளவிற்கு அழுத்தம் திருத்தமாக - ஆவேசமாக ஆணித்தரமாக எழுதக் காட்டிய பெரும்புலவன். அந்தப் பெரும் புலவனுடைய இளமை வாழ்க்கையே ஏற்றமுடைய வாழ்க்கை.

இந்த விழாவில் இளைஞர்களும் குழுமியிருக்கிற காரணத்தினால், அதிலும் இளம்சிறார் பலர் இருக்கிற காரணத்தினால், அவர்கள் அறியக்கூடும் என்றாலும் நினைவூட்டுவது என்னுடைய கடமை என்பதால் நினைவூட்டுகிறேன்.

விளையும் பயிர் முளையிலே தெரியும்

அவன் இளம்பிராயத்திலே கவிபுனையும் ஆற்றலைப் பெற்றிருந்தான் என்பதும், அதுகண்டு பொறாமை கொண்ட ஒருவர்- காந்திமதி நாதன் என்ற பெயர் படைத்தவர் பாரதியை அவமானப்படுத்த வேண்டும் என்று எண்ணியவராய் பலபேர் முன்னிலையிலே, பாரதியைப் பார்த்து, நான் ஒரு ஈற்றடி தருகிறேன்; அந்த ஈற்றடியை வைத்து ஒரு பாடல் எழுது பார்க்கலாம் என்று சொல்லி, ஈற்றடி என்ன என்று கேட்டபோது "பாரதி சின்னப்பயல்" என்று அந்தப் பாட்டு முடிய வேண்டும் என்று குறிப்பிட, நொடிப்பொழுதில் அக்கணமே காந்திமதி நாதனைப் பார்த்து இளம் பாரதி பாடினான்.

"காரென நெஞ்சிருண்ட காந்திமதி நாதனைப்
பாரதி சின்னப் பயல்"

என்று பாடினான். அந்த இளைஞன் பாரதி தன்னைத் தானே சின்னப்பயல் என்று சொல்லிக் கொண்டதாகிவிடும் என்ற கருத்தில் காழ்ப்புக் கொண்ட அந்த காந்திமதிநாதன் இப்படி ஈற்றடியிலே ஒரு பாடலை இயற்று என்று சொன்னதும்,

"காரென நெஞ்சிருண்ட காந்திமதி நாதனைப்
பார்அதி சின்னப் பயல்"

என்று சின்னப் பயலை எங்கே சுட்டிக்காட்டவேண்டுமோ அங்கே சுட்டிக்காட்டி, இளம் பிராயத்திலே பெரும் வெற்றியினைப் பெற்றவர் பாரதியார்.

பாரதியாரைப் பற்றி பல வரலாற்றுக் குறிப்புக்கள் இன்றைக்கு நாட்டில் நடமாடுகின்றன என்றாலும் கூட, பாரதியினுடைய முதன்மையான மாணவர்களில் ஒருவரும், கனக சுப்புரத்தினம் என்று தொடக்ககாலப் பெயர் கொண்ட வரும், பிறகு பாரதிக்கே தாசன் என்று தன்னுடைய பெயரை மாற்றி அமைத்துக் கொண்டவருமான புரட்சிக் கவிஞர் பாவேந்தர் பாரதிதாசன் அவர்கள் பாரதியாருடைய வரலாற்றுக்

குறிப்புக்களை சிறிதும் குறையின்றி, கற்பனைகள் கலவாமல், நடந்தவைகள் நடந்தவாறு எழுதியிருக்கின்றார்.

பாரதியும் பாரதிதாசனும்

பாரதி குறித்த ஒருமலர். புதுவை மாநிலத்திலே வெளியிடப்பட்ட மலர். அதைப்படிக்க நேர்ந்த பொழுது பாரதி தாசனுடைய குறிப்பு ஒன்றை நான் அதிலே கண்டேன்.

பாரதியார் 1921-ம் ஆண்டு மறைந்துவிட்டார் என்றாலும் கூட, அவருடைய மறைவுக்குப் பிறகு புரட்சிக்கவிஞர் பாரதிதாசன் "சுப்பிரமணிய பாரதி கவிதா மண்டலம்" என்கின்ற ஒரு அவையை உருவாக்கி, அந்தக் கவிதா மண்டலத்தின் சார்பாக ஒரு இதழை நடத்தி, அந்த இதழில் பல கவிஞர்களை எழுதச் செய்து, அதிலே உரைநடைகளுக்கு பெரும்பாலான இடம் தராமல், ஏன் முழுமையுமே கவிதை வரிகளாகவே செய்திகளைக்கூட வெளியிடுகின்ற பாங்கில், "சுப்ரமணிய பாரதி கவிதா மண்டலம்" என்ற இதழை பாவேந்தர் பாரதிதாசன் நடத்தினார்.

1935-ம் ஆண்டு "சுப்ரமணிய பாரதி கவிதா மண்டலம்" என்கின்ற அந்த இதழில் பாரதிதாசன் கவிதை வரிகளில் ஒரு செய்தியைக் குறிப்பிடுகிறார்.

என்ன செய்தி என்றால் -

'செந்தமிழ் நாடெனும் போதினிலே இன்பத் தேன் வந்து பாயுது காதினிலே'

என்று பாரதி பாடிய பாட்டு எப்படி உருவாயிற்று? ஏன் உருவாயிற்று? அந்தச் சூழ்நிலையை விளக்குகிறார்.

பாரதிதாசனுடைய கவிதை வரிகளைப் படித்துக் காட்ட விரும்புகிறேன்.

"தமிழ்நாட்டைப் பற்றித் தமிழ்க் கவிகள்

தந்தால் அமைவான பாட்டுக் களிப்போம் பரி சென்று சான்ற மதுரைச் சங்கத்தார் உரைத்தார் தேன்போற் கவியொன்று செப்புக நீர் என்று பல நண்பர் வந்து பாரதியாரை நயமாகக் கேட்டார், அதற்கு நமதையர் (ஐயர் என்று அழைப்பது பெரியவர் என்ற பொருளில்)

"என் கவிதான் நன்றாயிருந்திடினும் சங்கத்தார் புன் கவி என்றே சொல்லி போட்டிடுவார், போட்டால்தான் சங்கத்திற்கு சர்க்கார் தயவிருக்கும் ஆதலினால் (என் கவியை ஏற்றுக் கொள்ளாமல் அது புன் கவி என்று போட்டால்தான் சங்கத்திற்கு சர்க்கார் தயவு இருக்கும். சர்க்கார் தயவு இருந்தால்தான் சங்கங்கள் இருக்க முடியும். அந்தச் சங்கங்கள் எவற்றை ஏற்றுக் கொள்கிறதோ அவை தான் கவிதைகள். அவர்கள் தான் கவிஞர்கள் என்று அந்த சர்க்காரை அன்றைக்குச்சாடுகிறார்.)

"உங்கட்கு வேண்டு மெனில் ஓதுகின்றேன்" என்றுரைத்தார்.

அந்த விதம் ஆகட்டும் என்றார்கள் நண்பரெலாம் "செந்தமிழ் நரெடனும் போதினிலே இன்பத் தேன் வந்து பாயுது காதினிலே" என்று அழகுத் தமிழ் நாட்டை அப்படியே நெஞ்சால் எழுதி முடித்தார்.

இங்குதான் பாரதிதாசனைப் பார்க்கிறோம். அழகுத்தமிழ் நாட்டை அப்படியே நெஞ்சால் எழுதி முடித்தார்! பேனாவால் அல்ல.

செந்தமிழ் நாடெனும் போதினிலே இன்பத் தேன்வந்து பாயுது காதினிலே

என்ற அந்தப்பாடலை - அதைப்பாடல் என்று குறிப்பிடவில்லை பாரதிதாசன். 'அழகுத் தமிழ்நாட்டை நெஞ்சால் எழுதி முடித்தார்.'

நாம் எத்தனையோ முறை இந்தப் பாடலைக் கேட்டிருக்கிறோம். படித்திருக்கிறோம். ஆனால் இந்தப்

பாடல் பிறந்த வரலாற்றை உணர்கிற நேரத்தில் நம்மையறியாமல் ஒரு உவகை பிறக்கிறது.

பரிசுக்காக எழுதப்பட்டதல்ல. நண்பர்கள் கேட்டதற்காக எழுதப்பட்டது. அது பரிசு பெற்றதோ பெறவில்லையோ தெரியாது. ஆனால் இன்று தமிழ் நாட்டில் பாமர மக்களுடைய வாய்களிலெல்லாம் ஒலிக்கின்ற பாடல் களில் ஒன்றாக

செந்தமிழ் நாடெனும் போதினிலே இன்பத் தேன்வந்து
பாயுது காதினிலே

என்கின்ற பாடல் ஒலித்துக் கொண்டிருக்கிறது.

பாரதியாரை சீர்திருத்தக்காரர், முற்போக்கு எண்ணம் படைத்தவர் என்று புரட்சிக் கவிஞர் பாரதிதாசனே பலமுறை பாராட்டியிருக்கிறார்.

பாரதியாரைப்பற்றி பாரதிதாசன் புகழும் பொழுது
நீடுதுயில் நீக்கப் பாடிவந்த நிலவு
காடுமணக்கவந்த கற்பூரச்சொற்கோ
சிந்துக்குத் தந்தை

என்று குறிப்பிடுகின்றார்.

அந்த அளவுக்குப் பாரதியாரை பாரதிதாசன் பாராட்டு வதற்குக் காரணம் 'அவருடைய கவிநயம் - தமிழ் ஆற்றல் - கவிதைத் திறன். இவை மாத்திரமல்ல. பாரதியாருடைய கொள்கைகள் தீவிரமானைவ.

ஜாதி பேதத்தைச் சாடிய பாரதி

பாரதிதாசன் ஒரு இடத்திலே விளக்குகிறார். அந்தக் காலத்தில் மத வேறுபாடுகள் பயங்கரமாக வளர்ந்திருந்த கட்டத்தில், புதுவை மாநகரத்தில் இந்துக்கள் முஸ்லீம்களுக்கிடையிலே எந்தவிதமான ஒற்றுமையும் இல்லாத சூழலில், முஸ்லீம்களுடைய தேநீர்க்கடையிலே சென்று இந்து என்று சொல்லப்படுகிற ஒருவர் தேநீர் அருந்துவதே கூட தவறு;

மதவிரோதம் என்று கருதுகின்ற அந்தச்சூழலில், ஒருநாள் பாரதியாரும், பாரதிதாசனும், வ.வே.சு. அய்யரும், சீனிவாசாச்சாரியாரும் புதுவைத் தெருவிலே நடந்துபோனார்களாம்.

திடீரென்று பாரதியார் ஒரு முஸ்லிமினுடைய தேநீர்க் கடைக்கு அருகிலே போய் நின்றாராம்.

பாரதிதாசன் உட்பட அனைவரும் விலகி நின்றார்களாம். இதை பாரதிதாசனே சொல்கிறார்.

அந்த இஸ்லாமிய தேநீர்க் கடை உரிமையாளருடைய பெயர் காகா சாகிப் என்பதாம்.

"காகா! எனக்கு ஒரு கோப்பை தேநீர் கொடு! இவர்களுக்கும் கொடு !" என்று சொன்னாராம்.

அவர்கள் வேண்டாம் என்று மறுத்து விட்டார்களாம்.

இந்த செய்தியைச் சொல்லும் போது பாவேந்தரே கூட நானும் கூட அன்றைக்கு அந்த டீயை அருந்தவில்லை என்று குறிப்பிட்டாராம் !

பலரறிய புதுவை நகரத்தினுடைய நடு வீதியில் நின்று, முஸ்லீம்களுடைய கடையிலே தேநீரை வாங்கி அருந்தி, இந்துக்கள் - முஸ்லீம்கள் என்ற பேதம் இல்லை என்பதை செயல் மூலம் காட்ட அந்தக்காலத்திலேயே முயற்சி எடுத்துக் கொண்ட பெருமை பாரதிக்கு உண்டு.

அவருடன் சென்ற வ.வே.சு. அய்யர் அதைக் கண்டும் திருந்தவில்லை என்பது உங்களுக்குத் தெரியும்.

பாவேந்தர், நான் அன்றைக்கு அந்த டீயைக் குடிக்கவில்லை யென்றாலும் கூட, நான் பாரதியின் தொண்டனாகி விட்டேன். தாசனாகிவிட்டேன். அந்தக் கொள்கைகளால் ஈர்க்கப்பட்டேன் என்று பாரதியைத் தொடர்ந்து இன்னும்

ஆவேசமாக மேலும் மேலும் ஆவேசமாக எரிமலைக் கவிதைகளை எழுதி எழுதிக் குவித்தார்.

ஆனால், வ.வே.சு. அய்யரோ சேரன்மாதேவியில் தாழ்த் தப்பட்டோர் உயர் சாதியினர் ஆகிய இரு இன மாணவர்களும் ஒன்றாகச் சேர்ந்து சாப்பிடுவதே கூட கூடாது என்கிற அளவிற்குப் பிடிவாதம் பிடித்த காரணத்தினால் ஏற்பட்ட நிலைமைகளை தமிழகத்தினுடைய கடந்த கால வரலாறு நமக்குச் சொல்லும்.

பாரதியிடம் பழகியும்கூட திருந்தாத வ.வே.சு. க்கள் அன்றைக்கு இருந்திருக்கிறார்கள்.

பாரதியோடு பழகிய காரணத்தால் பாரதிதாசன்களாகவே மாறிய கனகசுப்புரத்தினங்களும் நமக்கு கிடைத் திருக்கின்றார்கள்.

தன்மானம் மிக்க பாரதி

அது மாத்திரமல்ல. பாரதி பயின்றது தன்னுடைய அத்தையின் உதவியால். காசியிலே கல்வியைத் தொடங்கி, அலகாபாத் நகரத்திலே புகுமுக வகுப்பிலே நல்ல எண்கள் எடுத்துத் தேறி, அவருடைய அத்தையார் இளம் பாரதியை அழைத்து "யாருமற்ற அனாதையாகி விட்டாயோ என்று கருதியிருந்த நேரத்தில் உன்னை நான் இங்கே அழைத்து வந்து உனக்கு அறிவான கல்வி தந்தேன்; அதிலே எனக்குப் பெரு மகிழ்ச்சி !" என்று சொல்ல - அதை பாரதியால் பொறுத்துக் கொள்ள முடியவில்லையாம்.

தன்னுடைய தன்மானத்திற்கு விடப்பட்ட அறை கூவலாக பாரதி கருதினாராம்.

நீ இல்லாவிட்டாலும் நான் படித்திருப்பேன் - அனாதையாகி யிருக்கமாட்டேன் என்று அத்தையிடத்திலே சீறிச் சினந்து விடையளித்து விட்டு, நேராக பாட்டனார் இருக்கின்ற எட்டயபுரத்திற்கு வருகிறார்.

எட்டயபுரத்திற்கு வந்ததும் பாட்டனார் தன்னுடைய பரிந்துரையின் பேரில் எட்டயபுரத்து அரசருடைய அரண்மனையிலே ஒரு வேலைக்கு பாரதியை அமர்த்துகிறார். மாதச்சம்பளம் பத்து ரூபாய். பாரதி எட்டயபுரம் அரண்மனையிலே பெற்ற மாதச் சம்பளம் பத்து ரூபாய்.

எட்டயபுரம் அரசருக்கு பாரதி செய்து தரவேண்டிய முக்கியமான வேலை என்ன வென்றால் - ஒவ்வொரு நாளும் ஆங்கிலப் பத்திரிகையை பார்த்து கவர்னர் எந்தெந்த ஊருக்குப் போகிறார்; யார் யார் வரவேற்புக் கொடுத்தார்கள்; அந்த வரவேற்புகளில் என்ன வாசகங்கள் பொறிக்கப்பட்டிருந்தன என்பவைகளை எடுத்துத் தயாரித்து அரசருக்கு பாரதி அளிக்க வேண்டும் என்பதேயாகும். அதற்குத்தான் மாதம் பத்து ரூபாய் சம்பளம்.

இந்த பத்து ரூபாய் சம்பளம் பெற்றுக் கொண்டிருந்த நேரத்தில் திடீரென்று ஒரு நாள் பாரதி கிராப்பு வைத்துக் கொண்டாராம். பாட்டனாருக்கு அது பிடிக்கவில்லை. "நம் குலமென்ன? கோத்திரமென்ன ? கிராப்பு வைத்துக் கொள் வதா? உடனடியாக இதை எடுத்து விட்டு குடுமி வைத்துக் கொள்!'' என்று கடிந்து கொண்டாராம்.

பாரதி மறுத்து விட்டார். இவர் மறுத்து விடவே, பாட்டனார் எட்டயபுரம் மன்னரிடமே சொல்லி உன்னைக் கண்டிக்கச் சொல்கிறேன்; உன்னை திருத்தச் செய்கிறேன் என்று எட்டயபுரம் மன்னரிடத்திலே போய்ச் சொன்னாராம்,

நாளைக் காலையிலே அவனை வரச் சொல்லுங்கள் என்று மன்னர் கட்டளையிட, மறுநாள் காலையிலே பாரதி மன்னரிடத் திலே செல்ல மன்னருடைய கொலு மண்டபத்திலே மன்னர் அமர்ந்து பாரதியைப் பார்த்து ஏன் கிராப்பு வைத்திருக்கிறாய் என்று கேட்க, என் விருப்பம் என்று பாரதி சொன்னார்.

நீ பிராமணன் அல்லவா? கிராப்பு வைத்துக் கொள்ளலாமா என்று மன்னர் கேட்டார்.

ஜாதி சின்னத்தைத் துறந்த பாரதி

என்னை பிராமணர் என்று யார் சொன்னது என்று பாரதி கேட்க, "உன் மார்பிலே புரளுகின்ற அந்த பூணூல் சொல்கிறது!'' என்று மன்னன் பதிலளிக்க, "ஓஹோ பூணூல் கூட பேசுகிறதா? இது இருப்பதால் தானே பேசுகிறது'' என்று அந்தப் பூணூலை அதே இடத்திலே பாரதி அறுத்தெறிந்தான் என்று பாரதியினுடைய ஆரம்ப கால நண்பராகிய நாவலர் சோமசுந்தர பாரதியார் சொன்னதாக ஒரு பெரும் புலவர் கட்டுரை ஒன்று தீட்டியிருக்கின்றார்.

இதை நான் குறிப்பிடுவதற்குக் காரணம் இளமைப்பருவத் திலேயே சாதி சின்னங்களைக்கூட பாரதி வெறுத்தார்.

சாதிச் சின்னங்கள் தன்னுடைய தன்மானத்திற்கு அறை கூவல் விடுவதாக இருக்கின்றன என்று உணர்ந்து அவற்றை வெறுத்தார். அதே நேரத்திலே சமுதாயத்திலும் சாதி அடையாளங்கள் இருந்தலாகாது என்று கருதினார்.

கனகலிங்கம் என்று ஒரு சிறுவன். தாழ்த்தப்பட்ட சமுதாயத்தைச் சேர்ந்தவன். பாரதியாரிடத்திலேயே ஒரு மாணவனைப்போல நெருங்கிப் பழகக்கூடிய வாய்ப்புப் பெற்றவன்.

திடீரென்று ஒருநாள் பாரதியாருக்கு ஒரு எண்ணம் தோன்றியது. இவன் அந்நியச் சகோதரன் - தாழ்த்தப்பட்ட சமுதாயத்திலே பிறந்தவன். இவனை பிராமணனாக ஆக்கி விட்டால் என்ன என்று கருதினார்.

பூணூல் கல்யாணத்திற்கு வேண்டிய எல்லாச் சடங்குகளும் சம்பிரதாயங்களும் பாரதியார் வீட்டில் ஏற்பாடாயின.

கனகலிங்கத்தை அழைத்து உட்கார வைத்து அவனுக்கு பூணூல் மாட்டி விட்டு என்னென்ன மந்திரங்கள் என்னென்ன ஜபங்கள், சடங்குகள் செய்யவேண்டுமோ அவ்வளவும் செய்யப்பட்டு, "இன்று முதல் கனகலிங்கம் பிராமணனாகி விட்டான்!" என்று பூணூலை மாட்டிவிட்டார்.

கனகலிங்கம் வயதாகி மாண்டு மறைகிற வரையில் அந்த பூணூலை கழட்டவில்லை என்பது வரலாறு.

ஒருவனுக்கு பூணூல் மாட்டுகின்ற காரணத்தால் - அவனை பிராமணனாக்குகின்ற காரணத்தால் - சாதியை ஒழித்துவிட முடியும் என்று பாரதி கருதினார். அந்தக் காலத்திலே முற்போக்கு வளர்ச்சி அவ்வளவு தான் இருந்தது.

பாரதியே கொஞ்சம் கணக்குப் போட்டு பார்த்திருப் பரேயானால், இப்படி கனகலிங்கங்களுக்குப் பூணூல் மாட்டி தமிழ் நாட்டிலே இருக்கின்ற அவ்வளவு பேரையும் பிராமணர் களாக ஆக்குவதை விட, நூற்றுக்கு மூன்று பேராக இருக்கின்ற வர்களுடைய பூணூலை எடுத்து தொண்ணூற்றேழு பேருக்கு மாட்டுவதைவிட அந்த பூணூலை நாம் எப்படி மன்னர் மண்டபத்திலே கழற்றி எறிந்தோமோ அதைப் போல கழற்றப்பட்டு விட்டால் எல்லோரும் சமமாக இருக்கலாமே' என்று எண்ணுகின்ற நினைவு அந்தச் சூழலில் அப்பொழுது பாரதிக்கு ஏற்படவில்லை.

ஆதி திராவிடர் சமுதாயத்தைச் சேர்ந்த ஒரு கூட்டத்தினர் ஒரு நாள் பாரதியாரை புதுவையிலே அவருடைய இல்லத்திலேயே சந்திக்க வந்து முறையிட்டார்களாம். தீண்டாமையைப்பற்றி "எவ்வளவோ எழுதுகிறீர்கள் ஆனால் இன்னமும் தீண்டாமை ஒழிந்த பாடில்லை; நாங்கள் வெறுக்கப் படுகிறோம். என்ன செய்ய" என்று கண்கலங்கக் கேட்டார்களாம்.

பெயர் மாறுவதால் ஜாதி ஒழியுமா?

அதற்கு பாரதி, "நானும் எழுதிப் பார்த்து சலித்துப் போய் விட்டேன். ஒரு வழி எனக்குத் தோன்றுகிறது. இனிமேல் ஆதி திராவிடர் சமுதாயத்திலே எந்தக் குழந்தை பிறந்தாலும் அதற்கு இருளன், கடம்பன், சடையன் என்றெல்லாம் பெயர் வைக்காதீர்கள்! பெயர் வைக்கும் பொழுதே அந்தக் குழந்தைக்கு கிருஷ்ணசாமி ஐயங்கார், ராமசாமி அய்யர், சண்முகம் செட்டியார், கந்தசாமி முதலியார் என்று பெயர் வைத்துவிடுங்கள்! பள்ளிக்கூடத்திலே அந்த பிள்ளைகளுடைய பெயர்கள் பதிவாகிற நேரத்திலே கிருஷ்ணசாமி ஐயங்கார் என்றே அரிசனப் பிள்ளையினுடைய பெயர்கள் பதிவாகட்டும் இந்த வழியிலாவது தமிழகத்திலே சாதி ஒழிகிறதா பார்ப்போம்!" என்று சொன்னாராம்.

இதை கனகலிங்கமே கட்டுரை ஒன்றில் எழுதியிருக்கிறார்.

ஆனால் ஒருவனுக்கு பூணூல் மாட்டிவிடுவதாலேயோ இப்படி பெயர்களை வைத்து விடுவதாலேயோ சாதி ஒழிந்துவிட முடியாது.

உணர்வின் அடிப்படையிலேயே ஒழிக்கப்பட வேண்டிய ஒன்று சாதி!

அந்த சாதி என்கின்ற எண்ணம், உணர்வு பூர்வமாக களையப்பட வேண்டியது ஆகும்.

பெயர்களை மாற்றி விடுவதால் சாதி ஒழிந்துவிட முடியாது.

இன்றைக்குக்கூட நம்முடைய தமிழக அரசு தெருக்களிலே உள்ள பெயர்களிலே இருக்கிற சாதிகளைக்கூட அழிக்கிறது.

அதன் காரணமாகத் தெருவினுடைய அடையாளம் தெரியாமல் போகிறதேயல்லாமல் சாதி ஒழிவதாகத் தெரியவில்லை!

நான்கூட நுங்கம்பாக்கத்திலே ஒரு தெருவினுடைய பெயரைப் பார்த்தேன். ஏற்கனவே அதற்கு 'குட்டி மேஸ்திரி தெரு' என்று பெயர் ; ;

மேஸ்திரி என்பது சாதிப் பெயர் என்று எண்ணி மேஸ்திரியை அழித்துவிட்டார்கள். நுங்கம்பாக்கத்தில் நான்கு இடங்களில் 'குட்டித் தெரு' 'குட்டித் தெரு' என்று இருக்கிறது.

சைதாப்பேட்டையிலே கூட கேள்விப்பட்டேன்! குயவர் தெரு, என்கிற தெருவில் 'குயவர்' என்பது அழிக்கப்பட்டு விட்டது. 'தெரு' 'தெரு' என்று இருக்கிறதாம். எனவே பெயர்களை அழித்துவிடுகிற காரணத்தால் சாதி அழிந்து விடுவதில்லை.

ஏனென்றால் சில புகழ் பெற்றவர்களோடு சாதியும் இணைந்து ஒரு காலத்தில் தோன்றிவிட்டது. முத்துராமலிங்கம் என்றால் தெரியாது. எத்தனையோ முத்துராமலிங்கம் ; முத்து ராமலிங்கத்தேவர் என்றால்தான் பசும்பொன் முத்துராமலிங்கத் தேவரைக் குறிக்கும். தேவர் என்று சொன்னாலே போதும் அவரையே குறிக்கும்.

அதைப் போல ஜி.டி. நாயுடு என்று சொன்னால் தான் தெரியும். கோவை ஜி.டி.என். என்றால் யாருக்கும் தெரியாது.

ஏன் ? அரசியல் இயக்கத்தில் தமிழகத்திலே தேசிய உணர்வை கொழுந்துவிட்டு எரியச் செய்த பெருமைக்குரியவர் களாக ஒரு காலத்திலே விளங்கிய தந்தை பெரியாரை அந்தக் காலத்திலே நாயக்கர் என்றும், தமிழ்த் தென்றல் திரு.வி.க. அவர்களை முதலியார் என்றும், வரதராஜுலு நாயுடு அவர்களை நாயுடு என்றும் கூறினார்கள்.

நாயக்கர், முதலியார், நாயுடு என்று அழைக்கப்பட்ட அந்த முப்பெரும் தலைவர்கள் தான் தமிழ்நாட்டிலே தேசிய இயக்கத்தை வளர்த்தவர்கள் என்கின்ற ஒரு நிலை இருந்தது.

பிறகு நீண்ட காலத்தில் பெரியார் அவர்கள் நாயக்கர் என்ற பட்டம் போய், ஈ. வெ. ரா. ஆகி, பெரியார் ஈ. வெ. ரா. ஆகி, தந்தை பெரியாராக ஆனார்.

அதைப்போல திரு. வி. கல்யாணசுந்தர முதலியார் அவர்கள் நீண்ட நாள் வாழ்ந்த காரணத்தினாலும், அவர்களின் தமிழ் ஆர்வத்தின் காரணத்தினாலும், திரு. வி. க. என்றாலே அவரைத் தெரியும், தமிழ்த் தென்றல் என்றாலே அவரைப் புரியும் என்கின்ற அளவிற்கு அவர் புகழ் ஓங்கிற்று.

ஆனால் இன்றைக்கும் வரதராஜுலு என்று மாத்திரம் சொன்னால் காங்கிரஸ் இயக்கத்திலே இருந்த ஒரு பெரிய தலைவர் என்று யாரும் எண்ணிட இயலாது. வரதராஜுலு நாயுடு என்று சொல்ல வேண்டும்; அல்லது அன்றைக்கும் இருந்த முப்பெரும் தலைவர்களிலே ஒருவர் நாயுடு என்று சொல்ல வேண்டும். அப்போதுதான் வரதராஜுலு என்று புரியும்.

நான் இப்படி வாதிடுகின்ற காரணத்தால் சாதிப் பெயர் இருக்க வேண்டும் என்று கருதுகின்றவன் அல்ல.

ஆனால் பெயர்களை மாற்றுவதால், அடையாளங்களை அழிப்பதால், உணர்வுபூர்வமாகச் செய்யப்பட வேண்டிய ஒரு காரியத்தை நாம் செய்ய முடியாமல் தோற்றுவிடுகிறோம் என்பதற்காகத்தான் இதைக் குறிப்பிடுகிறேனேயல்லாமல் வேறில்லை !

இங்கே பரந்த திறந்த வெளி மைதானத்தில் ஆயிரக் கணக்கிலே குழுமியிருக்கின்ற உங்களில் நான் இங்கே இருந்த வாறு சொல்லிவிட முடியுமா ? அதோ அந்தக் கோடியிலே அமர்ந்திருப்பவர் குயவர்வகுப்பைச் சேர்ந்தவர். இதோ இந்தப் பக்கத்திலே அமர்ந்திருப்பவர் வன்னியர் வகுப்பைச் சேர்ந்தவர். எதிரே அமர்ந்திருப்பவர் ஆதிதிராவிடர் சமுதாயத்தைச் சேர்ந்தவர் என்று சொல்ல முடியுமா? முடியாது!

இவர்களெல்லாம் யார் என்று கேட்டால் தமிழர்கள் என்றுதான் என்னால் சொல்ல முடியும். அந்த இன உணர்வு ஒன்று போதும். சாதி உணர்வு தேவையில்லை.

பாரதியாருடைய காலத்திலே அவரால் அவ்வளவுதான் செய்ய முடிந்தது. அவருடைய எண்ணத்தை அந்த அளவிற்குத்தான் சமுதாயத்திற்கு உணர்த்த முடிந்தது. அந்தத் துணிவினை அவர் அந்தக் காலத்திலேயே பெற்றிருந்தார் என் பதற்காக நாம் அவரைப் பாராட்ட வேண்டும்.

அத்தகைய எண்ணம் தொடர்ந்து இந்தச் சமுதாயத்திலே இருப்பவர்களுக்கு ஏற்பட வேண்டும். அதற்கு பாரதியினுடைய தொடக்கக்கால துணிவு மிக்க செயல்கள் வழிகாட்ட வேண்டும் என்பதற்காகத்தான் இதை நன் குறிப்பிட்டேன்.

பாரதியார் ஆரம்பத்திலே பாடிய பாடல்கள் பக்திப் பாடல்கள்.

இன்றைக்கும் பாரதியினுடைய பாடல்களை எடுத்துப் பார்த்தால் பக்திப்பாடல்கள் தான் முந்திக் கொண்டிருக்கும்.

ஆனால், அவர் முற்போக்கு சிந்தனையாளர் என்பதை அந்தப் பாடல்களைத் தொகுத்தவர்கள் மிகத் திறமையாக மறைத்திருக்கிறார்கள்.

ஒரு கவிஞனுடைய காலத்தில் தொடக்ககாலத்திலே அவனுடைய எண்ணங்கள் எவ்வாறு இருந்தன என்பதும், பின்னர் மெல்லமெல்ல எப்படி மாறுதல் அடைந்தன என்ப தும், படிப்படியாக அவன் எழுதிய எழுத்துக்களை வைத்துத் தான் பார்க்கப்பட வேண்டும்.

மக்களிடம் மறைக்கப்படும் பாரதி

புரட்சிக்கவிஞர் பாரதிதாசன் தொடக்க காலத்திலே "சுப்பிரமணியர் துதி அமுது" போன்ற பாடல்களைப்

பாடியவர் தான். கதர்ப் பாட்டுக்களை இயற்றியவர்தான். ஆனால் இறுதியில் அவர் மறையும் பொழுது பச்சை நாத்திகராக

"உண்டென்பார் சிலர் இல்லையென்பார் சிலர் எனக்கில்லை கடவுள் கவலை"

என்று உரைக்கின்ற முற்போக்குவாதியாக அவர் மறைந்தார்.

ஆனால் தொடக்கத்திலே அவர் எழுதியது சுப்பிரமணியர் துதி அமுது போன்ற பாடல்கள்தான்.

பாரதியாரும்கூட ஆண்டவனைப் பற்றி பாடல்கள் எழுதுகிறார். அதிலேயும் தமிழ் நயத்தைக் காணுகிறோம். முருகனைப் பற்றி ஒரு பாடல்.

"தோகை மேல் உலவும் கந்தன்
சுடர்க்கரத் திருக்கும் வெற்றி
வாகையே சுமக்கும் வேலை ;
வணங்குவது எமக்கு வேலை"

இது தான் முருகனைப் பற்றிப் பாடியது.

பாடல்கள். அதைப்

சக்தியைப் பற்றி ஏராளமான பாடல்கள். அதைப் போலவே கண்ணனைப் பற்றிய பாடல்கள்.

ஆனால் கடவுளைப் பற்றி எழுதுகிற அந்தப்பாடல்களிலும் விடுதலை தாகத்தைக் காணலாம்! மொழி உணர்வை பார்க்கலாம்! சாதிமத பேதங்கள் நீக்கப்பட வேண்டும் என்கின்ற ஆழமான சிந்தனை ஊற்றெடுப்பதை உணரலாம்!

தெய்வீகப் பாடல்களாக அவை தோன்றினாலும் அந்தப் பாடல்களின் வாயிலாக மக்களுடைய உள்ளத்திலே பதிய வைக்க வேண்டும் என்று பாரதி விரும்பிய கருத்துக்களை நம்மால் ஊடுருவிப் பார்க்க முடியும்.

பாரதியின் பக்திப் பாடல்களை எல்லாம் பட்டியல் போட்டு காட்டுகின்றவர்கள், அவற்றை ஒழுங்காகத் தொகுத்திருந்தால், இவை எந்தெந்தக் காலத்திலே பாடப்பட்ட பாடல்கள் என்று தொகுத் திருந்தால், பாரதியினுடைய இறுதிக் காலத் திலே அவன் பாடிய பாடல்கள் தமிழ்ச் சமுதாயத்திலே ஒரு முற்போக்கான நிலையை உருவாக்குவதற்காகப் பாடப் பட்டவை என்பது மிகத் தெளிவாகப் புரிந்திருக்கும்.

நான் எடுத்துக் காட்டிய முருகன் பாடல்களைப் போன்ற அதே பாடல்களைப் பாடிய பாரதிதான்-

ஆயிரம் தெய்வங்கள் உண்டென்று தேடி
அலையும் அறிவிலிகாள் - பல்லாயிரம்
வேதம் அறிவொன்றே தெய்வமுண்டா
மெனல் கேளீரோ?

மாடனைக் காடனை வேடனைப் போற்றி
மயங்கும் மதியிலிகாள் - எதன்
ஊடும் நின்றோங்கும் அறிவொன்றே
ஓதி அறியீரோ? [தெய்வமென்று

மெள்ளப் பல தெய்வம் கூட்டி வளர்த்து
வெறும் கதைகள் சேர்த்து - பல
கள்ள மதங்கள் பரப்புவதற்கு
ஓர் மறை காட்டவும் வல்லீரோ?

பாரதி விழாக்களில் இந்தப் பாடல்களெல்லாம் மறைக்கப் படுகின்றன.

எனக்கு முன்னால் இங்கே பேசிய நண்பர் நிலவுச் செல்வன், பாரதி விழா நடத்த நாம் தகுதியுள்ளவர்கள் தானா என்று கேட்டார்.

தகுதியுள்ளவர்கள் பாரதி விழா நடத்தத்தான் வேண்டும்.

அந்தத்தகுதி என்ன என்பதை மக்கள் மன்றமே தீர்மானிக்க வேண்டும்.

பாரதியினுடைய பாடல்களை மறைத்து விட்டு பாரதி விழா நடத்துவதால் சிறப்பில்லை.

ஆயிரம் தெய்வங்கள் உண்டென்றுதேடி
அலையும் அறிவிலிகாள் - பல்
லாயிரம் வேதம் அறிவொன்றே தெய்வமுண்டா
மெனல் கேளீரோ?

என்று பாடிய அந்தப் பாடல் ஏட்டிலே இருக்கிறது. நூல் வடிவிலே அச்சாக்கித் தரப்படுகிறது - விற்பனையாகிறது.

ஆனாலும் பாரதி விழாக்களிலே அந்தப் பாடல்கள் மற்றவர்களுடைய இதயத்திலே பதிய வைக்கப் படுவதில்லை.

சிவவாக்கியர் செப்பியதென்ன?

'உண்மையின் பெயர் தெய்வம்' என்றார் பாரதி. அது பாரதி விழாக்களிலே உணர்த்தப்படுகிறதா? கிடையாது. சித்தர்கள் காலத்திலே சொல்லப்பட்ட கருத்துக்களைத்தான் பாரதி எதிரொலித்தான்,

“நட்ட கல்லை தெய்வமென்று
நாலுபுட்பம் சாத்தியே
சுற்றி வந்து மொணமொணென்று
சொல்லுமந்திர மேதடா?
நட்ட கல்லும் பேசுமோ
நாதனுள்ளிருக்கையில் "

"கடவுள் என்னுடைய உள்ளத்தில் இருக்கும் போது கல் பேசுமா?” இப்படி நான் கேட்கவில்லை. சிவவாக்கியர் கேட்டார். பதினெட்டு சித்தர்களிலே ஒரு சித்தர் கேட்டார்.

நாம் கேட்டால் நாத்திகர் என தூற்றப்படுகிறோம்.

சிவவாக்கியர் கேட்டதைத்தான் பாரதியும் கேட்டார்.

'ஆயிரம் தெய்வங்கள் உண்டென்று
தேடி அலையும் அறிவிலிகாள்'''

என்று கேட்டார்.

நாங்களாவது இப்படிப்பட்ட கடுமையான வார்த்தைகளை பயன்படுத்துவதில்லை. "அறிவிலிகாள்" என்று பாரதி ஆவேசமாக வசை பாடுகிறார்.

''மாடனைக் காடனை வேடனைப் போற்றி
மயங்கும் மதியிலிகாள்."

என்கிறார்.

"மதியில்லாதவர்களே!" என்று வீரவேசமாகத் தாக்குகிறார்.

நான் இதைக் குறிப்பிடுவதற்குக் காரணம், முதலிலே அவர் தெய்வீகப் பாடல்களைப் பாடினாலும் பிறகு எந்தப் பாடல்கள் இந்த நாட்டு மக்களுக்குப் பயனளிக்குமோ அவைகளைப் பாடினார்.

இப்படி பாரதியினுடைய உள்ளத்திலே மன மாற்றம் ஏற்படவில்லையா என்று யாராவது கேட்பீர்களேயானால், அவர்களுக்கு நான் அவருடைய வரலாற்றிலே இருந்து தருகின்ற குறிப்பு இதுதான்.

விடுதலைக்காக முரசொலித்த பாரதி வேல்ஸ் இளவரசருக்கு நல்வரவு கூறி வாழ்த்துப் பாட்டும் பாடியிருக்கிறார்.

பாரதி பாடிய ராஜ வாழ்த்து

வெள்ளையன் வெளியேற வேண்டும். நாடு விடுதலை பெற வேண்டும். "ஆடுவோமே பள்ளுப் பாடுவோமே; ஆனந்த சுதந்திரம் அடைந்து விட்டோம் என்று ஆடுவோமே" என்று வரப்போகிற சுதந்திரத்திற்கு முன்னறிவிப்பு தந்து முரசு கொட்டிய பாரதி, தொடக்க காலத்திலே இங்கிலாந்து நாட்டிலே இருந்து வந்த வேல்ஸ் இளவரசனுக்கு நல்வரவு வாழ்த்து எழுதி, அது நூல்களிலே இடம் பெற்றிருக்கின்றது.

"வருக செல்வ! வாழ்கமன் நீயே
வடமேற்றிசைக் கண் மாபெருந் தொலையினோர்
பொற்சிறு தீவகப் புரவலன் பயந்த
நற்றவப் புதல்வ! நல்வரவுனதே!
மேதக நீயும் நின் காதலங்கிளியும்
மற்றுன் நாட்டினோர் வந்ததன் பின்னர்
அகத்தினில் சில புண் ஆறுதல் எய்தின."

உங்கள் நாட்டார் இந்தியாவுக்கு வந்த பின்னர் தான் எங்கள் உள்ளத்திலே இருந்த புண்கள் ஆறின,

"போர்த்தொகை அடங்கி என் ஏழைப் புத்திரர்
அமைதிபெற் றுய்வ ராயினர் எனவே பாரததேவி
பழமை போல் திருவருள் பொழிதர லூற்றனள்
பொருள் செயற்குரிய தொழிற்கணம்
பலப்பல தோன்றின."

வெள்ளையர்களே நீங்கள் வந்த பிறகுதான் இங்கே அமைதியும் போர் ஒழிந்த சமாதான நிலையும் பாரதத்திலே இருக்கின்றன.

நீங்கள் வந்த பிறகுதான் பொருள் குவிக்கக்கூடிய தொழில் வளமெல்லாம் பாரதத்திலே ஓங்கி வளர்ந்திருக்கின்றன.

"வாழ்க நீ! வாழ்க நின் மனமெனும் இனிய

*வேரி மென் மலர்வாழ் மேரிநல்
லன்னம் மற்றென் சேய்கள் வாழிய! வாழிய!"*

இப்படி வேல்ஸ் இளவரசருக்கு வரவேற்பு அளித்து விட்ட காரணத்தினால் - வாழ்த்து வழங்கி விட்ட காரணத்தினால் - தன்னுடைய எண்ணத்தை மாற்றிக் கொண்டு அந்த வேல்ஸ் இளவரசனுடைய மூதாதையர் அல்லது பரம்பரையினர் இந்தியாவை ஆளக் கூடாது என்று எதிர் முழக்கமிட பாரதி மறந்து விடவில்லை அல்லவா ?

அதைப்போலத்தான் தெய்வீகப் பாடல்களை இயற்றினார் - பாடினார் என்றாலுங்கூட, அதற்குப் பிறகு

ஆயிரம் தெய்வங்களா நமக்கு?

*"ஆயிரம் தெய்வங்கள் உண்டென்று தேடி
அலையும் அறிவிலிகாள்'"*

என்று ஆணித்தரமாக மக்களுக்குத் தர வேண்டிய அறி வுரையையும் பாரதி வகுத்தளித்திருக்கின்றார்.

வாய்ச் சொல்லில் வீரராக இருக்கிறோம் என்று இங்கு பேசிய நண்பர் குறிப்பிட்டார். அதை பாரதி ஒரே வரியிலே சொல்லி விடவில்லை.

*"நெஞ்சில் உரமுமின்றி நேர்மைத் திரமுமின்றி
வஞ்சனை சொல்வாரடி; கிளியே
வாய்ச் சொல்லில் வீரரடி !
மானம் சிறிதென்றெண்ணி வாழ்வு
பெரிதென்றெண்ணும்
ஈனர்க்கு உலகந்தனில் - கிளியே!
இருக்க நிலைமை யுண்டோ?"'*

"மானம் என்பது சிறியது; வாழ்வு என்பது பெரியது என்று எண்ணுகின்ற ஈனர்க்கு இந்த உலகத்தில் இருக்க

நிலையுண்டோ? அப்படிப்பட்ட ஈனஜென்மங்கள் உலகத்திலே இருக்கலாமா!" என்று பாரதி கேட்கிறார்.

இலங்கைத்தீவு பிரச்சினையை பாரதிவிழாவிலே இணைத்து நண்பர்கள் பேசும்போது, இலங்கையிலே பாஞ்சாலி படும் துயரம் என்று இலங்கைத் தமிழர்களை யெல்லாம் பாஞ்சாலிக்கு உவமைக் காட்டிப் பேசினார்கள்.

இலங்கையில் கற்பிழக்கும் கண்ணகிகள்!

அங்கே கற்பு இழப்பது பாஞ்சாலிகள் அல்ல ; கண்ணகிகள். ஏனென்றால் பாஞ்சாலி ஐவருக்கும் தேவி. எனவே கற்பு இழப்பதுபற்றி பிரச்சினையே கிடையாது. நம்முடைய கவலை யெல்லாம் கண்ணகிகள் கற்பிழக்கிறார்களே என்பதுதான் !

ஆனால் பேசியவர்களுடைய உணர்வுகளை நான் பாராட்டுகிறேன்.

சிங்களவர்களை கௌரவர்கள் என்றும் தமிழர்களை பாண்டவர்கள் என்றும் குறிப்பிட்டார்கள். தமிழர்கள் என்றைக்கும் பாண்டவர்களாக இருக்க மாட்டார்கள்.

அது மாத்திரமல்ல கௌரவர் - பாண்டவர் இருவரும் ஒரே குலத்தினர்.

கௌரவர் பாண்டவர் இருவரும் இரு தாய்களின் வயிற்றிலே பிறந்தவர்களென்றாலும் ஒரே குடும்பத்தினர்.

ஒரே குலத்தினர் - ஒரே குடும்பத்தினர். அங்கு நடை பெற்றது பங்காளிச் சண்டை. இங்கே நடைபெறுவது பகையாளிச் சண்டை.

எனவே சிங்களவர்களை கௌரவர் என்றும் தமிழரை பாண்டவர் என்றும் அவர்கள்

அவர்கள் தங்களுடைய உணர்வை வெளிப்படுத்த உவமையாகக் குறிப்பிட்டார்களே தவிர, அதுவே உண்மையல்ல.

ஆனால் தனி ஈழம் - தமிழ் ஈழம் வேண்டுமென்று கேட் கின்ற அந்தச் சுதந்திரத்தைத் தான் அவர்கள் பெற வேண்டும் என்று நாம் போராடுகின்றோம், வாதாடுகிறோம், பாடுபடுகிறோம், பணியாற்றுகிறோம்.

உனக்குச் சுதந்திரம் வேண்டாம்; அதற்குப் பதிலாக வேறு ஏதாவது தருகிறோம் என்று இன்றைக்குப் பேரம் பேசப்படு கிறது. பாரதி அவர்களைப் பார்த்துச் சொல்கிறார்.

“வீர சுதந்திரம் வேண்டி நின்றார் - பின்னர்
வேறொன்று கொள்வாரோ?"

அவர்கள் ஏற்கனவே சுதந்திரம் கேட்டுவிட்டார்கள். "அவர்கள் வேறொன்று கொள்வாரோ?” என்று பாரதி அன்றைக்கே இவர்களைப் பார்த்து கேட்கிறார்.

“கண்ணில் இனிய சுதந்திரம் போனபின்
கைகட்டிப் பிழைப்பாரோ ?””

என்று கேட்கிறார் ;

"மண்ணில் இன்பங்களை விரும்பிச் சுதந்திரத்தின்
மாண்பினை இழப்பாரோ?
கண்ணிரண்டும் விற்றுச் சித்திரம் வாங்கினால்
கைகொட்டிச் சிரியாரோ?"

“சுதந்திரத்தைக் கைவிட்டுவிடுகிறோம், தனித் தமிழ் ஈழம் தேவையில்லை !" என்று கண்கள் இரண்டையும் விற்றுவிட்டு சித்திரம் வாங்குவதைப்போல அவர்களுடைய மாவட்டக் கவுன்சிலர்கள் என்கின்ற அந்த செயல்பாடு திட்டத்தை ஏற்றுக் கொள்ள முடியாது என்று இன்றைக்கு அறிவிக்கப்படுகிறதே,

அதற்கு அன்றைக்கே தீர்க்கதரிசனமாக நின்று வாதாடியிருக்கிறார் பாரதி.

தமிழன் நிலைக்கு மாற்றம் காண யாரால் முடியுமென் பதை சூசகமாகச் சொல்கிறான் பாரதி என்று நான் கருதுகிறேன் “அக்கினிக் குஞ்சு" என்ற தலைப்பில் ஒரு நாலு வரிப் பாடல்!

இன்றைக்கு வளர்ந்து வருகின்ற புதுக்கவிதை எழுத்தாளர்கள் இப்படிப்பட்ட சொற்களைப் பயன்படுத்தக் காணுகின்றோம்.

வீரத்திற்கு ஏது வயது !

ஆனால் அந்தக் காலத்திலேயே ஒரு சிறிய தீப்பொறியை “அக்கினிக் குஞ்சு" என்று குறிப்பிட்ட பெருமை பாரதிக்கு உண்டு.

அக்கினிக் குஞ்சொன்று கண்டேன் - அதை
அங்கொரு காட்டிலோர் பொந்திடை வைத்தேன்;
வெந்து தணிந்தது காடு - தழல்
வீரத்தில் குஞ்சென்றும் மூப்பென்றும் உண்டோ?

"வீரத்திற்கு குஞ்சு, பெரிசு, இளையவன், பெரியவன் என்று கிடையாது. அதனாலே இளைஞர்களே ! வீரர்களாக இருங்கள்!" என்று சூசசமாக அன்றைக்கே பாரதி உரைத்தார்.

இளைய சமுதாயம் தீப்பொறியாக இருந்தால் கொடுங் காடுகளையெல்லாம் அழிக்க முடியும். வீரத்திற்கு இளமை என்றும் முதுமை என்றும் வேறுபாடு இல்லை என்று 'அக்கினிக் குஞ்சு' என்ற பாட்டின் மூலம் பாரதி எடுத்துக் காட்டுகிறான்.

அவனுடைய பார்வை உலகப் பார்வையாக இருந்தது. உலகத்திலே சர்வாதிகாரம் எங்கே கொடிகட்டிப் பறந்தாலும் அது வீழ்த்தப்பட வேண்டும் என்கின்ற சிந்தனை யுடையவனாக பாரதி இருந்தார்.

அந்தக் காரணத்தினாலேதான், சோவியத் நாட்டிலே ஜார் மன்னனுடைய ஆட்சி கவிழ்ந்தவுடன், அவன் இயல்பாகவே பாடினான்.

இமயமலை வீழ்ந்ததுபோல் வீழ்ந்து விட்டான்
ஜார் அரசன் அவனைச் சூழ்ந்து
சமயமுள படிக்கெல்லாம் பொய் கூறி
அறங்கொன்று சதிகள் செய்த
சுமடர் சடசடவெனச் சரிந்திட்டார் ;
புயற்காற்றுச் சூறைதன்னில்
"திமுதிமென" மரம் வீழ்ந்து காடெல்லாம்
விறகான செய்தி போலே!

எவ்வளவு கவிநயம் பாருங்கள் !

புயல் காற்று சூறையில் காட்டிலே உள்ள மரங்களெல்லாம் விழுந்து காடே விறகாகி விட்டதாம்.

எதற்கு உவமை கூறுகிறார்? சோவியத் நாட்டிலே சர்வாதிகாரியாக எதேச்சாதிகாரியாக வாழ்ந்தவன்; பாரதி யினுடைய கூற்றுப்படி தன் பக்கத்திலே உள்ளவர்கள் சமயத் திற்கேற்றவாறெல்லாம் பொய்கூறி அறங் கொன்று சதி செய்தவர்கள் - அப்படிப்பட்டவர்களை வைத்துக் கொண் டிருந்த ஜார் அரசன் இமயமலை விழுந்ததுபோல் விழுந்து விட்டான்.

உலகக் கண்ணோட்டத்தில் ஒரு எதேச்சாதிகார ஆட்சி வீழ்ந்து பாட்டாளிப் பெருமக்களுடைய ஆட்சி முகிழ்கின்ற அந்தக் காட்சியினை எவ்வளவு மகிழ்ச்சியோடு பாரதி பாடுகிறார் என்பதற்காகத்தான் இதைக் குறிப்பிட்டேன்.

பாஞ்சாலி சபதம்

நம்முடைய நண்பர் ஜெயக்குமார் இந்த விழாவிலே பாஞ்சாலி சபதம் என்ற தலைப்பிலேயே பேசினார். நான் அது பற்றி இடையிலே கோடிட்டுக் காட்டிவிட்டேன் என்றாலுங் கூட, நான், பாரதி பாஞ்சாலியினுடைய வீரத்தை- பாஞ்சாலிக்கு ஏற்பட்ட துன்பத்தை ஒரு பெண்ணுக்கு ஏற்பட்ட துன்பம் என்கின்ற அந்த கண் கொண்டு பார்த்து, தர்மன் என்னதான் பெரியவனாக இருந்தாலும் தவறு செய்தான் என்பதைச் சுட்டிக் காட்டுகின்ற வகையில் அவர் இங்கே பேசுகிற நேரத்திலே, அந்த அவையிலே உள்ளவர்களெல்லாம் வாளாயிருந்தனர் என்று குறிப்பிட்டாரே, அதைப்போல அந்த அவையிலே இருந்தவர்களெல்லாம் வாளாயிருந்த போது விகர்னன் என்பான் எழுந்து துரியோதனனையும் அவனுடைய சகோதரர்களையும் பார்த்து சொல்கிறான். அப்படிச் சொல்வது தருமனை குத்திக்காட்டுவதைப் போல் அமைகிறது.

பாஞ்சாலி திரௌபதியைக் கேட்கிறாளாம். அவள் கேட்கிறாளோ இல்லையோ கேட்பதாக விகர்னன் சொல்கிறான்! விகர்னன் சொன்னானோ இல்லையோ அவன் சொன்ன தாக பாரதி சொல்கிறார்!

பாஞ்சாலி எடுத்து வைக்கின்ற வாதம் என்ன தெரியுமா? ‘‘என்னை வைத்து சூதாட, என்னைப் பந்தயமாக வைக்கச் தர்மனுக்கு என்ன உரிமை’’ என்று கேட்கிறாள் !

திடீரென்று நீங்கள் பதில் சொல்லக்கூடும், ஏன் உரிமை இல்லை. கணவன் அல்லவா? எனவே அவளை வைத்துச் சூதாடினான் என்று சொல்லக்கூடும்.

ஆனால், "தர்மன் தன்னையே வைத்து சூதாடி அடிமையாகி விட்ட பிறகு, நான் எப்படி உரிமையாவேன், என்னை வைத்து சூதாட அவனுக்கு என்ன உரிமை இருக்கிறது ?" என்று கேட்கிறாள் பாஞ்சாலி !

"தன்னையிவன் இழந்து அடிமையான - பின்னர்
தாரமேது? வீடேது? தாதனான
பின்னையுமோர் உடமை உண்டோ?""

என்று நம்மைப் பெண்ணரசு கேட்கின்றார்.

"நீ பிச்சைக்காரனாகி விட்டாய்; அடிமையாகி விட்டாய்; கொத்தடிமையாகி விட்டாய்; அப்படி ஆனபிறகு நான் எப்படி உனது தாரமாவேன் ?" என பாஞ்சாலி கேட்டதாக விகர்னன் சொன்னதாக பாரதி எழுதுகிறார்.

பாஞ்சாலியைக் காட்டி தர்மனுக்கு உணர்த்தி அந்த அவையிலே முழக்கமிடுகிறான் விகர்னன் என்று பாரதியார் சுட்டிக் காட்டியிருக்கின்ற அந்த வாதம் சுவை மிகுந்த வாதம். பெண் உரிமையை நிலைநாட்டுகின்ற வாதம்.

எனவே பாஞ்சாலி சபதத்திலே மிக விரும்பிப் படிக்கின்ற பகுதிகளிலே அது ஒன்று.

நண்பர் ஜெயகுமார் இன்னொன்றையும் சுட்டிக் காட்டினார்.

ஒரு நாட்டிலே ஒரு அக்கிரமம் நடக்கிற நேரத்தில் அதைப் பார்த்துக் கொண்டு பொது மக்கள் சும்மா இருக்கிறார்கள். இந்தக் காலம் போலத்தான் அந்தக் காலமும் இருந்தது

அதை பாரதி எவ்வளவு கடுஞ்சொற்களால் கண்டிக்கிறார் என்பதை அவர் இங்கே படித்துக் காட்டினார்.

நீண்ட கருங்குழலை நீசன்கரம் பற்றி
முன்னிழுத்துச் சென்றான், வழிநெடுக மொய்த்தவராய்
'என்ன கொடுமை இது' என்று பார்த்திருந்தார்!
ஊரவர் கீழ்மை உரைக்கும் தரமாமோ?
வீரமில்லா நாய்கள் விலங்காம் இளவரசன்
தன்னை மிதித்து தராதலத்திற்கு போக்கியே
பொன்னையவள் அந்தப் புரத்தினில் சேர்க்காமல்

நெட்டை மரங்களென நின்று புலம்பினார்
பெட்டைப் புலம்பல் பிறர்க்குத் துணையாமே?

பாஞ்சாலியினுடைய நீண்ட கருமையான கூந்தலை நீசனான துச்சாதனன் தன்னுடைய கைகளால் பற்றி முன்னால் இழுத்துச் சென்றான்.

அப்போது ஈ மொய்த்தது போல கொசு மொய்த்தது போல வழி நெடுக மக்கள் மொய்த்திருக்கிறார்களாம். (உங்களுக்கு கொசு மொய்த்தல் என்றால்தான் புரியும்).

அப்படி மொய்த்தவர்கள், இது என்ன கொடுமை என்று பார்த்தார்களாம். ஊரார்களுடைய கீழ்மையை உரைக்கத் தான் முடியுமா என்று அந்த மக்களைப் பார்த்து அவர்கள் நெட்டை மரங்களென்றும், அவர்கள் புலம்பியது வெறும் பெட்டைப் புலம்பல் என்றும், வீரமில்லா நாய்கள் என்றும், மொய்த்துக் கிடந்தார்களே தவிர அவளைக் காப்பாற்ற யாரும் முன்வரவில்லை என்றும் பாரதி அந்தப் பாடலின் மூலமாகச் சொன்னது, பாஞ்சாலி சபதத்திற்கு மாத்திரமல்ல; இன்றைக்கு பரிதாபத்திற்குரிய தமிழ் நாட்டிற்காகவும் அன்றைக்கே பாரதி பாடினார் எனக் கொள்ளவேண்டும்.

தமிழகம் வாழ, தமிழர் வென்றிட, தமிழினம் முன்னேறிட, பாரதியினுடைய பாடல்கள் போர் வாட்களாக நமக்கு அமையட்டும்!

★ ★ ★

Printed at Repro India Ltd.